Tủ Sách Bảo Anh Lạc 93

NGHI THỨC CẦU SIÊU
CHƯ HƯƠNG LINH THAI NHI

(Sản Nạn, Sảy Thai, Phá Thai, Nạo Thai, Thai Hư, Thai Lưu, Thai Chết...)

Thích Nữ Giới Hương
biên soạn

Nhà Xuất Bản
HƯƠNG SEN

Contact:
HƯƠNG SEN BUDDHIST TEMPLE
19865 Seaton Avenue, Perris, CA 92570, USA
Tel: 951-657-7272, Cell: 951-616-8620
Email: huongsentemple@gmail.com,
thichnugioihuong@yahoo.com
Facebook:https://www.facebook.com/huongsentemple
Web: www.huongsentemple.com

MỤC LỤC

NAM MÔ ĐỊA TẠNG VƯƠNG BỒ TÁT

1. Ý NGHĨA CẦU SIÊU CHƯ HƯƠNG LINH THAI NHI

(Chủ lễ khai thị)

Cúng thai nhi là thiết lễ pháp hội cầu siêu cho những hương linh bé bỏng, chưa kịp chào đời hoặc vừa sanh ra đã chết, chưa trải nghiệm cuộc đời, tâm hồn trong sáng, chưa dính bợn nhơ phiền não cuộc đời. Chùa hay gia đình người thân nên chuẩn bị một bàn Phật với bông hoa, trái cây, nước... Ở bàn linh nên thiết lập một linh vị (tên họ ngày sinh, ngày và nơi mất của thai nhi), 3 chén cháo, 3 ly sữa, bông hoa, trái cây...

Nên cúng liên tiếp trong 21 ngày thai nhi quá vãng, hoặc cúng vào ngày Mồng 1, Rằm, đại lễ Vu Lan, Tết, giáp năm... hoặc khi đi chùa thì thắp nhang, tụng kinh và cầu nguyện vào các thời khóa chẩn tế cầu siêu của chùa.

Do cố ý phá thai, nạo thai, thai nhi đau đớn và dễ sinh lòng oán hận mẹ cha.

Do vô tình, không cẩn trọng, khiến bị sản nạn, sảy thai, thai hư, thai lưu, thai chết khi vừa lọt lòng, hoặc thai nhi 1, 2, 3 tuần/tháng tuổi... sẽ khiến thai nhi đau đớn, sân giận hoặc sinh lòng ái luyến mẹ cha và dòng họ, không muốn xa rời.

Do mưu sinh, có những vị làm nghề không chánh hạnh, không chánh mạng như nghề phá thai, bán dụng cụ và thuốc phá thai tạo nhân duyên sát nghiệp, khiến cho vô số hài nhi vô tội bị giết một cách oan uổng.

Ngày nay, chúng con thành tâm sám hối, thành tâm tụng kinh, gỡ oán kết, niệm Phật và cầu thần lực Chư Phật, Bồ Tát, thánh hiền, hộ Pháp, thiên thần gia hộ.

Nguyện các thai nhi buông xả tâm oán hận, ái nhiễm và thức tỉnh hoàn cảnh hiện tại, theo nhân duyên giả hiện sanh, giả hiện diệt, chấp nhận hiện thực để sớm tái sanh vào cõi an lành.

***

2. CÚNG HƯƠNG

(Quì thẳng, cầm 3 cây hương dâng ngang trán, chỉ chủ lễ niệm)

Nguyện dâng hương mầu nầy
Cúng dường tất cả Phật
Tôn Pháp, chư Bồ Tát
Thinh Văn và Duyên Giác
Cùng các bậc Thánh Hiền

Duyên khởi đài sáng chói
Khắp xông mười phương cõi
Tỏa ngát các chúng sanh
Đều phát tâm Bồ Đề
Xa lìa các vọng nghiệp
Trọn nên Đạo Vô Thượng.
Nam Mô Hương Cúng Dường Bồ Tát Ma-ha-tát.
(o) (1 xá)

3. CẦU NGUYỆN

(Lý do của buổi lễ)

(Chủ lễ quỳ trước Phật, cầm nhang và nguyện lớn)

Hôm nay ngày............, có tang gia hiếu quyến, gia đình nội ngoại hai bên, đại diện tên là... ở tại địa chỉ... về chùa Hương Sen khẩn xin Chư Ni Chùa Hương Sen, thành phố Perris, California................. tác lễ cầu siêu chư hương linh thai nhi bé gái/trai, tên........................... pháp danh........................... chết trong bụng mẹ/ vừa sanh ra/....... tuần, tháng tuổi.

Hương linh thai nhi vì duyên nghiệp nên đã bị (phá thai, nạo thai, sảy thai, thai hư, thai lưu, thai chết trong bụng mẹ hay khi vừa lọt lòng, hoặc thai nhi 1, 2, 3 tuần/tháng tuổi)....... Thai nhi đau đớn, buồn giận, ái luyến mẹ cha và dòng

họ, không muốn xa rời.

Hương hoa cung thỉnh thai nhi tên.................., pháp danh....................... cùng các hương linh trong cõi tâm linh, hôm nay quang giáng tham dự lễ cầu siêu tại chùa Hương Sen.

Gia đình nội ngoại hai bên của thai nhi đã phát tâm cúng dường hoa trái dâng lên mười phương Tam Bảo, thành tâm phát nguyện tụng kinh, niệm Phật, cúng sữa bánh cháo cho các thai nhi, hồi hướng phước báu cho thai nhi.

Nguyện cầu chư chân linh thai nhi, các loài thai sinh, noãn sinh, hóa sinh, thấp sanh và tất cả chư vị trong cõi tâm linh, sớm rõ đường lành, thoát vòng mê muội, ra khỏi u đồ, siêu sinh Lạc quốc.

Chúng con xin đảnh lễ cung thỉnh mời Chư Phật, Bồ Tát, Hộ pháp, chư Thiên, chư Thần Linh về đây ủng hộ cho lễ cầu siêu.

Giờ này, chúng con xin thỉnh tất cả chư vị trong cõi tâm linh, cùng với chúng con khởi thân lạy Phật, tụng kinh, nghe pháp giác tỉnh về cõi đời vô thường-khổ-không-vô ngã, thân trung ấm ma quỷ không thật, giả tạm, mà sớm buông xả hướng đến tái sanh cõi thanh tịnh an lành.

Nam mô Tây Phương Cực Lạc Thế Giới Đại Từ Đại Bi, Tiếp Dẫn Đạo Sư A Di Đà Phật tác đại chứng minh. (o) (1 xá)

4. CHA MẸ THAI NHI SÁM HỐI VỚI HƯƠNG LINH THAI NHI

Hôm nay tại Chùa Hương Sen, Perris, California, ngày..............., con tên là................, là cha/mẹ/bà ngoại/bà nội/người đại diện.......... của thai nhi tên............., pháp danh...................

Chúng con có sắm sửa mâm cúng hương hoa lễ mọn với tấm lòng thành xin thiết lễ cầu siêu cho hương linh thai nhi và xin làm lễ sám hối trước Chư Phật và thai nhi.

Hương linh Thai nhi thương mến,

Cha mẹ thật có lỗi với con:

Vì sơ suất, không cẩn thận, trong thai kỳ, nên bị sản nạn, sảy thai, thai hư, thai lưu, thai chết, khiến con phải ra đi trước khi chào đời (hoặc vì bồng bột, ngu si, nhẫn tâm, nông cạn, nên đã phá thai, nạo thai, khiến con không được sinh ra đời)... Cha mẹ và gia đình nội ngoại hai bên rất buồn, ân hận, day dứt, khi không làm tròn bổn phận cho con được có cơ hội làm người, khiến con phải chịu nhiều đau đớn, thống khổ, đói khát dày vò, cô đơn, bơ vơ, vất vưỡng không nơi nương tựa.

Nay con đã ra đi, đó là một sự thật phũ phàng mà cha mẹ phải chấp nhận, rời xa con và cũng do phước duyên cha mẹ và con không đủ trong đời này.

Mong con thấu hiểu nỗi lòng của cha mẹ, đừng oán hận, gây oán kết hay quyến luyến cha mẹ. Hãy chấp nhận nghiệp hiện tại và buông bỏ các duyên nợ trần gian này. Nếu kiếp này, chưa đủ duyên thì xin hẹn những kiếp sau khi chúng ta có nhân duyên đầy đủ. Cha mẹ xin thành tâm sám hối trước Chư Phật và con.

Mong con nương thần lực chư Phật, quy y Tam bảo, đi theo con đường sáng của tình thương và hiểu biết, tránh xa các cõi u minh tối tăm đọa lạc của ba cõi địa ngục, ngạ quỷ, súc sanh.

Hãy cùng với Chư Tôn đức Ni Chùa Hương Sen, hãy cùng với cha mẹ, gia đình nội ngoại hai bên mà nhiếp tâm niệm Phật, nghe kinh, thính pháp và nguyện cho con được vãng sanh Cực Lạc quốc hay tái sanh về một cõi thật an lành hạnh phúc.

Nam mô Cầu Sám Hối Bồ Tát ma-ha-tát. (o)

Nam mô Chứng Minh Sư Bồ Tát
tác đại chứng minh. (ooo)

5. TÁN PHẬT

Đấng Pháp Vương vô thượng
Ba cõi chẳng ai bằng
Thầy dạy khắp trời, người

Cha lành chung bốn loài
Quy y tròn một niệm
Dứt sạch nghiệp ba kỳ
Xưng dương cùng tán thán
Ức kiếp không cùng tận. (o) (1 xá)

Phật, chúng sanh tánh thường rỗng lặng
Đạo cảm thông không thể nghĩ bàn
Lưới đế châu ví đạo tràng
Mười phương Phật hiện hào quang sáng ngời
Trước bảo tọa thân con ảnh hiện
Cúi đầu xin thệ nguyện quy y. (o)

6. ĐẢNH LỄ

(Đại chúng đồng tụng)

Chí tâm đảnh lễ:

Nam Mô tận hư không biến pháp giới quá, hiện, vị lai thập phương chư Phật, Tôn Pháp Hiền Thánh Tăng thường trụ Tam Bảo. (o) (1 lạy)

Chí tâm đảnh lễ:

Nam Mô Ta Bà Giáo Chủ Bổn Sư Thích Ca Mâu Ni Phật, Đương Lai Hạ Sinh Di Lặc Tôn Phật, Đại Trí Văn Thù Sư Lợi Bồ Tát, Đại Hạnh Phổ Hiền Bồ Tát, Hộ Pháp Chư Tôn Bồ Tát, Linh

Sơn Hội Thượng Phật Bồ Tát. (o) (1 lạy)

Chí tâm đảnh lễ:

Nam Mô Tây Phương Cực Lạc Thế Giới Đại Từ Đại Bi A Di Đà Phật, Đại Bi Quán Thế Âm Bồ Tát, Đại Thế Chí Bồ Tát, Đại Nguyện Địa Tạng Vương Bồ Tát, Thanh Tịnh Đại Hải Chúng Bồ Tát. (o) (1 lạy)

7. TÁN DƯƠNG CHI

(Mời ngồi xuống và khai chuông mõ)

Cành dương nước tịnh nhiệm mầu

Rưới tắt muôn vàn cảnh khổ đau

Chư Thiên mát mẻ, tâm thanh tịnh Nhân thế vui tươi, cảnh an nhàn

Cam lồ rưới khắp trần gian

Lửa sân dứt sạch, sen vàng nở hoa.

Nam Mô Thanh Lương Địa Bồ Tát Ma Ha Tát.

(3 lần) (o)

8. CHÚ ĐẠI-BI

Nam Mô Đại Bi Hội Thượng Phật Bồ Tát.

(3 lần) (o)

Thiên thủ thiên nhãn vô ngại đại-bi tâm đà-la-ni.

Nam-mô hắc ra đát na, đa ra dạ da. Nam-mô a rị da, bà lô yết đế, thước bát ra da, Bồ-đề tát đỏa bà da, ma ha tát đỏa bà da, ma ha ca lô ni ca da, án, tát bàn ra phạt duệ số đát na đát tỏa.

Nam-mô tất kiết lật đỏa y mông a rị da, bà lô kiết đế thất Phật ra lăng đà bà.

Nam-mô na ra cẩn trì hê rị ma ha bàn đa sa mế, tát bà a tha đậu thâu bằng, a thệ dựng, tát bà tát đa, na ma bà già, ma phạt đạt đậu, đát điệt tha. Án a bà lô hê, lô ca đế, ca ra đế, di hê rị, ma ha bồ-đề tát đỏa, tát bà tát bà, ma ra ma ra, ma hê ma hê, rị đà dựng, cu lô cu lô kiết mông, độ lô độ lô, phạt xà da đế, ma ha phạt xà da đế, đà ra đà ra, địa rị ni, thất Phật ra da, dá ra dá ra. Mạ mạ phạt ma ra, mục đế lệ, y hê y hê, thất na thất na a ra sâm Phật ra xá-lợi, phạt sa phạt sâm, Phật ra xá da, hô lô hô lô ma ra, hô lô hô lô hê rị, ta ra ta ra, tất rị tất rị, tô rô tô rô, bồ-đề dạ bồ-đề dạ, bồ-đà dạ, bồ-đà dạ, di đế rị dạ, na ra cẩn trì địa rị sắc ni na, ba dạ ma na ta bà ha. Tất đà dạ ta bà ha. Ma ha tất đà dạ ta bà ha. Tất đà du nghệ thất bàn ra dạ, ta bà ha. Na ra cẩn trì ta bà ha. Ma ra na ra ta bà ha. Tất ra tăng a mục khê da, ta bà ha. Ta bà ma ha, a tất đà dạ, ta bà ha. Giả kiết ra a tất đà dạ, ta bà ha. Ba đà ma yết tất đà dạ, ta bà ha. Na ra cẩn trì bàn đà ra dạ, ta bà ha. Ma bà lị thắng yết ra dạ, ta bà ha.

Nam-mô hắc ra đát na, đa ra dạ da. Nam-mô

a rị da, bà lô yết đế, thước bàng ra dạ, ta bà ha.

Án tất điện đô, mạn đa ra, bạt đà dạ, ta bà ha.

(3 lần) (o)

Nam mô Thập phương Thường trú Tam Bảo.

(3 lần) (o)

9. THAI NHI QUY Y TAM BẢO

Làm lễ Quy Linh để hướng thai nhi nương tựa nơi Phật (*Người soi đường chỉ lối*), Pháp (*con đường của tình thương và trí tuệ*), Tăng (*tăng thân soi sáng, dìu dắt và nâng đỡ trên con đường thực tập*) để thai nhi và các cõi âm được thừa hưởng phúc lành để nhờ đó mà sanh về cảnh giới tốt đẹp.

Gia quyến thay vì thai nhi thực hiện nghi lễ quy vong. Xin mời quý vị cung kính đọc theo ba lời phát nguyện lớn sau đây:

***Thai nhi tên.... về nương tựa Phật, người đưa đường chỉ lối cho thai nhi trong cuộc đời.** (o)

***Thai nhi tên.... về nương tựa Pháp, con đường của tình thương và sự hiểu biết.** (o)

***Thai nhi tên..... về nương tựa Tăng, đoàn thể của những người nguyện sống cuộc đời tỉnh thức.** (o)

***Thai nhi quy y Phật**

Thai nhi quy y Pháp

Thai nhi quy y Tăng. (o)

***Thai nhi quy y Phật**

Đấng phước trí vẹn toàn. (o)

***Thai nhi quy y Pháp**

Đạo thoát ly tham dục. (o)

***Thai nhi quy y Tăng**

Bậc tu hành cao tột. (o)

***Thai nhi quy y Phật,**

Nguyện đời đời kiếp kiếp,

Không quy y thiên, thần, quỷ vật. (o)

***Thai nhi quy y Pháp,**

Nguyện đời đời kiếp kiếp,

Không quy y ngoại đạo tà giáo. (o)

***Hương nhi quy y Tăng,**

Nguyện đời đời kiếp kiếp,

Không quy y tổn hữu ác đảng. (o)

Chủ lễ: Lành thay, từ nay, quý thai nhi đã chính thức tiếp nhận pháp Tam Quy, đưa Ba Viên Ngọc Quý vào tâm thức với pháp danh là........... Các thai nhi đã trở nên những người đệ tử của bậc Giác Ngộ, và đã nguyện sống theo nếp sống tỉnh thức, giải thoát của Đức Thế Tôn.

Bắt đầu từ hôm nay, thần thức của quý thai nhi sẽ nương chùa tu tập, nghe pháp, tụng kinh để chuyển hóa sân giận, ái luyến, si mê thành khả năng thương yêu, tha thứ, từ bi và trí tuệ nơi mình trong đời này và nhiều đời khác.

10. THAI NHI CHÍ TÂM PHÁT NGUYỆN

- Chúng sanh vô biên thề nguyện độ.

Phiền não vô tận thề nguyện đoạn.

Pháp môn vô lượng thề nguyện học.

Phật đạo vô thượng thề nguyện thành. (3 lần) (o)

- Tự tánh chúng sanh thề nguyện thành.

Tự tánh phiền não thề nguyện đoạn

Tự tánh pháp môn thề nguyện học.

Tự tánh Phật đạo **thề nguyện thành.** (3 lần) (o)

- Một mình chủ lễ xướng:

***Nguyện tận hư không biến pháp giới, quá hiện vị lai chư Phật, tôn Pháp Hiền Thánh Tăng thường trụ Tam-bảo, tiếp độ thai nhi tên......., pháp danh.....**

Chúng hòa : Vãng sanh Cực Lạc quốc.

(Gia quyến đồng 1 xá) (o)

*** Nguyện Ta Bà giáo chủ đại từ đại bi Bổn Sư Thích Ca Mâu Ni Phật, đương lai hạ sanh Di Lặc tôn Phật, đại trí Văn Thù Sư Lợi Bồ-tát, đại hạnh Phổ Hiền Bồ-tát, Linh Sơn hội thượng Phật Bồ-tát, tiếp độ thai nhi tên..........., pháp danh...........**

Chúng hòa : Vãng sanh Cực Lạc quốc.

(Gia quyến đồng 1 xá) (o)

*** Nguyện Tây phương giáo chủ đại từ đại bi tiếp dẫn đạo sư A Di Đà Phật, đại bi Quán Thế Âm Bồ-tát, Đại Thế Chí Bồ-tát, đại nguyện Địa Tạng Vương Bồ-tát, tiếp độ thai nhi tên.........., pháp danh...........**

Chúng hòa : Vãng sanh Cực Lạc quốc.

(Gia quyến 1 xá) (o)

11. KỆ KHAI KINH

Thăm thẳm cao siêu Pháp nhiệm mầu

Trăm ngàn muôn kiếp khó tìm cầu

Con nay nghe thấy chuyên trì niệm

Nguyện tỏ Như Lai nghĩa nhiệm mầu.

Nam Mô Bổn Sư Thích Ca Mâu Ni Phật.

(3 lần) (o)

12. TỤNG KINH

(Tiếp theo mời khai chuông mõ. Tụng 1, 2 hay hết 5 kinh, tùy theo thời gian cho phép)

Bài kinh số 1: Kinh Thương Yêu

Bài kinh số 2: Kinh Thiện Ác Nhân Quả

Bài kinh số 3: Đọa Thai

Bài kinh số 4: Ngạ Quỷ Báo Ứng

Bài kinh số 5: Trường Thọ Và Đoản Thọ

12.1. KINH THƯƠNG YÊU (Metta Sutra)

Những ai muốn đạt tới an lạc thường nên học hạnh thẳng thắn, khiêm cung, biết sử dụng ngôn ngữ từ ái, những kẻ ấy biết sống đơn giản mà hạnh phúc, nếp sống từ hòa, điềm đạm, ít ham muốn và không đua đòi theo đám đông.

Những kẻ ấy sẽ không làm bất cứ một điều gì mà các bậc thức giả có thể chê cười. (o)

Và đây là điều họ luôn luôn tâm niệm:

Nguyện cho mọi người và mọi loài được sống

trong an toàn và hạnh phúc, tâm tư hiền hậu và thảnh thơi.

Nguyện cho tất cả các loài sinh vật trên trái đất đều được sống an lành, những loài yếu, những loài mạnh, những loài cao, những loài thấp, những loài lớn, những loài nhỏ, những loài ta có thể nhìn thấy, những loài ta không thể nhìn thấy, những loài ở gần, những loài ở xa, những loài đã sinh và những loài sắp sinh.

Nguyện cho đừng loài nào sát hại loài nào, đừng ai coi nhẹ tính mạng của ai, đừng ai vì giận hờn hoặc ác tâm mà mong cho ai bị đau khổ và khốn đốn.

Như một bà mẹ đang đem thân mạng mình che chở cho đứa con duy nhất, chúng ta hãy đem lòng từ bi mà đối xử với tất cả mọi loài. (o)

Ta hãy đem lòng từ bi không giới hạn của ta mà bao trùm cả thế gian và muôn loài, từ trên xuống dưới, từ trái sang phải, lòng từ bi không bị bất cứ một cái gì làm ngăn cách, tâm ta không còn vương vấn một chút hờn oán hoặc căm thù. Bất cứ lúc nào, khi đi, khi đứng, khi ngồi, khi nằm, miễn là còn thức, ta nguyện duy trì trong ta chánh niệm từ bi. Nếp sống từ bi là nếp sống cao đẹp nhất.

Không lạc vào tà kiến, loại dần ham muốn, sống nếp sống lành mạnh và đạt thành trí giác,

hành giả sẽ chắc chắn vượt khỏi tử sinh[1]. (ooo)

***

12.2. KINH THIỆN ÁC NHÂN QUẢ

Chính tôi được nghe một thời đức Phật ở nước Xá Vệ, tại vườn ông Cấp Cô Độc, rặng cây Thái tử Kỳ Đà. (o)

Khi bấy giờ đức Thế Tôn thuyết pháp, có vô lượng Bồ Tát, trời, người đại chúng vây quanh, yên lặng một lòng nghe nhận. Lúc ấy A Nan tôi vì chúng sanh nên bạch Phật rằng: "Kính lạy đức Thế Tôn! Nay thấy thế gian cùng một giống sanh trong đạo người, có kẻ đẹp, kẻ xấu, người mạnh, kẻ yếu, kẻ nghèo, người giàu, kẻ khổ, người vui, kẻ sang, người hèn, âm thanh bất đồng, ngôn ngữ khác nhau, có người sống lâu trăm năm chẳng chết, người ba mươi tuổi đã tử vong, kẻ mười lăm tuổi chết yểu, cho đến trẻ nhỏ bị bào thai đọa lạc. Có người đoan chánh, cỏ kẻ bần hàn, có người xấu xí mà giàu sang, kẻ rất mạnh khỏe mà thấp kém. Có người nhu nhược mà lên ngôi

1 Metta Sutta, Sutta Nipata I, Thích Nhất Hạnh dịch. Kinh này vốn tên là Metta Sutta, dịch từ tạng Pali, trong bộ Sutta Nipata, phần I. Kinh này dạy phương pháp nuôi dưỡng long từ bi. Nếp sống từ bi là nếp sống cao đẹp nhất, câu kinh sáng ngời ấy đã được trích ở kinh này.
https://langmai.org/tang-kinh-cac/kinh-van/kinh-van/kinh-thuong-yeu/

cao, có người khổ mà sống lâu, kẻ vui mà chết sớm, có người làm lành mà hay gặp nhiều điều khốn quẫn; kẻ làm ác lại gặp phước lợi, kẻ béo trắng lại mắt lác, kẻ xanh đen mà lại tươi đẹp, có người tuy lùn mà đủ ý chí cao thượng, có người tuy cao lớn mà phải làm đứa ở đê hèn, có người nhiều con trai con gái, có kẻ cô đơn một mình, có kẻ ly gia, tha phương đói rét lang thang, có kẻ được vào cung vua ăn mặc tha hồ, có người lúc trẻ thì nghèo hèn đến lúc già lại giàu sang, có người thực là vô tội lại bị bắt bớ giam hãm trong tù ngục, có nhà cha từ con hiếu, luận kinh giảng nghĩa, có nhà anh em bất hòa đấu tranh ngang trái, có người nhà cửa đàng hoàng gia sản đầy đủ, có kẻ không cửa không nhà nay đây mai đó, gửi thân nơi đất khách quê người, sống một cách phiêu lưu khốn cực, có người ở như ổ quạ hang hưu giống loài ly thú, cũng có hạng người ăn thịt sống uống máu tươi, mặc áo da lông không biết văn tự, có người an nhàn hưởng phước báo, có kẻ đi làm mướn không ai thuê, có người thông minh cao sáng, có kẻ dốt nát ngu si, có người kinh doanh mới được, có kẻ chẳng cầu tiền của tự đem lại, có kẻ giàu mà tham xẻn, có người nghèo lại rộng lòng bố thí. (o)

Có người lời nói ngọt ngào, có kẻ tiếng nói ra như gai góc, có kẻ được nhiều người ái kính, có kẻ bị mọi người xa lánh, có người từ tâm nuôi

mạng chúng sanh, có kẻ sát sanh không nương tay, có người khoan dung đại lộ, lại đắc nhân tâm, có kẻ bị dân chúng bỏ rơi.

Có nhà nàng dâu mẹ chồng ghét nhau, có nhà chị em dâu vui vẻ hòa hợp. Có người ham nghe pháp ngữ, có kẻ nghe kinh buồn ngủ, có hạng vũ phu vô lễ, có người hiếu học văn chương, có kẻ hay bắt chước dáng điệu những loài súc sanh. Cúi xin đức thế tôn nói rộng nhân quả cho đại chúng đây nghe mà nhất tâm hành thiện! (o)

Khi bấy giờ đức Thế Tôn bảo A Nan tôi rằng: Như ngươi hỏi ta chúng sanh thọ báo bất đồng là do đời trước dụng tâm khác nhau, vì thế cho nên muôn sai vạn biệt. Người đời nay được thân tâm đoan chánh, là do đời trước ở trong đạo người tu hành nhẫn nhục mà được.

Kẻ bị thân hình xấu xí, là do đời trước ở trong đạo người có tánh giận tức.

Người đời nay bị nghèo cùng, là do đời trước ở trong đạo người có tánh tham xẻn.

Người đời nay được cao quý, là đời trước hay lễ bái chư Phật mà được. (o)

Người đời nay bị hạ tiện là do đời trước hay có tánh kiêu mạn.

Người to lớn là do đời trước có tâm cung kính.

Kẻ bị lùn thấp là do đời trước mạn Pháp.

Kẻ ngang tàng ương ngạnh là do đời trước làm kiếp dê.

Kẻ đen xấu là do đời trước che ánh sáng của Phật.

Kẻ bị cứng lưỡi là do đời trước nếm trai thực cúng dường.

Kẻ bị đỏ mắt là do đời trước sẻn tiếc ánh sáng.

Người đui mắt là do đời trước hay khâu mắt chim ưng.

Người đời nay câm ngọng, là do đời trước hủy báng chánh pháp.

Người đời nay điếc lác là do đời trước chẳng vui nghe pháp.

Người khuyết răng đời nay là do đời trước hay ăn xương thịt.

Người tắc mũi đời nay là do đời trước đốt hương bất hảo cúng dường Phật. (o)

Người sứt môi đời này là do đời trước hay đâm thọc sâu thủng mang hoặc môi cá.

Người vàng da là do đời trước hay cạo lông lợn.

Người căng tai là do đời trước hay dùi thủng tai sinh vật.

Kẻ trần hình, là do đời trước hay mặc áo mỏng vào chùa đứng trước tượng Phật, Bồ tát.

Người sắc đen đời nay là do đời trước để tượng Phật thờ ở mái hiên làm khói xông tượng.

Người đời nay bị đi khèo chân, là do đời trước thấy bậc sư trưởng không đứng dậy.

Người đời nay bị lưng còng, là do đời trước mặc áo mỏng ra vào quay lưng vào tượng Phật.

Người bị trán thấp hoặc trớt, là do đời trước thấy Phật chẳng lễ lạy, cầm tay gõ trán. (o)

Người đời nay rụt cổ, là do đời trước thấy các bậc tôn trưởng rụt đầu chạy trốn.

Người đời nay đau tim, là do đời trước hay đâm chém thân thể chúng sanh.

Người đời nay bệnh hủi, là do đời trước lừa gạt lấy tài vật của người ta.

Người đời nay bị bệnh ho suyễn, là do đời trước trời mùa đông giá rét cho người thức ăn lạnh.

Người đời nay không có con, là do đời trước hay nuôi dưỡng các sanh vật. (o)

Người đời nay sống lâu, là do đời trước có từ tâm.

Người đời nay chết non, là do đời trước hay sát sanh.

Người đời nay giàu to là đời trước hay làm hạnh bố thí.

Người đời nay có xe ngựa, là do đời trước cúng dường Tam Bảo bằng xe ngựa. (o)

Người đời nay thông minh, là do đời trước ham học và tụng kinh.

Người đời nay ám độn, là do đời trước làm súc sanh.

Người đời nay làm tôi đòi, là do đời trước nghèo mà tham chức dấu.

Người đời nay hay nhảy nhót xoay cuồng, là do đời trước làm kiếp khỉ.

Người đời nay bị bệnh hủi, là do đời trước phá hoại Tam Bảo.

Người đời nay tay chân vặn vẹo, là do đời trước hay trói chân tay chúng sanh.

Người đời nay hay có ác tánh, là do đời trước làm kiếp rắn, rết, bò cạp. (o)

Người đời nay sáu căn được đầy đủ, là do đời trước chuyên tâm giữ giới.

Người đời nay các căn tai, mắt, mũi, lưỡi, thân, ý không được đầy đủ là do đời trước phá giới.

Người đời nay hay ăn ở bẩn thỉu, là do đời trước làm kiếp lợn.

Người đời nay ham múa hát, là do đời trước làm nghề múa hát ả đào, phường chèo tái sanh.

Người đa tham thời nay, là do đời trước làm kiếp chó đầu thai.

Người đời nay có búi thịt đeo lủng lẳng ở cổ (bìu cổ), là do đời trước hay ăn một mình (ăn vụng.)

Người đời nay bị mồm hôi thúi, là do đời trước hay mắng, chửi rủa, hỗn hào.

Người đời nay không có nam căn, là do đời trước hay thiến chó, lợn. (o)

Người đời nay ngắn lưỡi nói ngọng, là do đời trước ngồi ở chỗ vắng hay mạ nhục, mắng nhiếc các bậc Tôn trưởng.

Người đời nay ham thông dâm với phụ nữ người ta, chết đọa làm loài ngan, vịt.

Người đời nay hay thông dâm với chính họ, chết đọa làm loài chim công, chim sẻ.

Người sẻn tiếc kinh thư, che giấu trí huệ không chịu nói cho người, chết đọa làm loài trùng ăn đất ăn gỗ (con mọt).

Người hay đeo cung tên súng đạn, cưỡi ngựa, chết đọa trong loài Lục di (mường mán mọi rợ).

Người ham sát sanh, chết đọa vào trong loài hang thú (hổ, báo, chó sói). (o)

Người hay đeo tràng hoa, chết đọa vào loài trùng tải thắng (tức sâu trùng mình có hoa).

Người hay mặc áo dài lượt thượt, chết đọa

làm trùng đuôi dài.

Người hay nằm ăn, chết đọa vào loài lợn.

Ngươi ưa thích mặc áo sặc sỡ các sắc lòe loẹt, chết đọa làm loài chim loang lỗ. (o)

Kẻ hay nhái tiếng người hoặc hài hước điệu người, chết đọa làm loài chim vẹt.

Kẻ hay chết diễu người, chết đọa làm loài trăn, rắn ác độc.

Kẻ hay làm buồn não người, chết đọa làm loài trùng ảo não.

Kẻ hay tuyên truyền điều ác làm cho người ta tin, chết đọa làm loài chim cú, chim cắt.

Kẻ hay nói làm cho người ta bị ương họa tù tội, chết đọa làm loài thú dã hồ.

Kẻ hay làm cho người ta sợ hãi kinh khủng, chết đọa làm loài hươu, nai.

Người đời trước đi guốc, dép vào chùa, đời nay sanh loài có móng như móng ngựa. (o)

Người đời trước hay phóng hạ khí, đời nay làm loài trùng khí bàn.

Kẻ đời trước buộc người phải ăn dè xẻn, nghĩa là bớt phần ăn của người, đời nay làm con mọt gặm gỗ.

Người đời trước dùng cối giã của tăng chúng, đời nay bị làm loài trùng gục đầu.

Làm thân cá giải đời nay, là do đời trước lạm dụng nước của chư tăng.

Làm bẩn đất chúng tăng, phải đọa làm loài trùng ở chốn bẩn.

Lấy trộm quả trái của chúng tăng, phải đọa làm loài trùng ăn bùn đất.

Loài trâu, lừa kéo cối nghiến, là do đời trước làm người ăn trộm của chúng tăng. (o)

Đời trước cưỡng xin của chúng tăng, đời nay làm loài chim bồ câu trắng.

Đời trước nhục mạ chúng tăng, đời nay phải làm loài trùng ở cổ trâu.

Lạm ăn rau của tăng, phải đọa làm loài sâu ở các thứ rau đắng.

Bất kính ngồi giường của tăng, phải đọa làm loài lươn, loài lịch.

Lạm dụng các đồ vật của tăng, phải đọa làm loài thiêu thân.

Nhổ khạc trong đất chùa, đời nay phải đọa làm chim dài mỏ.

Mặc áo vằn khói, bôi phấn đánh môi son vào chùa, đời nay phải đọa làm chim mỏ đỏ. (o)

Mặc áo màu sặc sỡ vào chùa, đời nay đọa làm loài chim lệ.

Đời trước vợ chồng nằm ngủ với nhau trong

chùa, đời nay phải đọa làm loài trùng thanh.

Đời trước ngồi trên hoặc đạp vào tháp thờ, đời nay phải đọa làm loài lạc đà.

Đời trước đi giầy dép vào chùa, tịnh xá, đời nay phải đọa làm loài ếch, nhái, chuột, bọ, vân vân.

Đời trước nghe thuyết pháp mà nói chuyện làm ồn, đời nay bị làm loài chim bách thiệt.

Làm ô uế tịnh hạnh của tăng ni, chết đọa vào địa ngục Thiết Quật, có trăm muôn vòng đao bay xuống một lần chém tan thân thể. (o)

Khi đó A-Nan tôi bạch Phật rằng: "Lạy đức Thế Tôn! Theo như lời Phật nói phạm vào của chúng tăng thật là tội rất nặng, nếu như thế thì bốn chúng đàn việt làm sao đến chùa mà cung kính lễ bái được?"

Phật nói: "Người đến chùa tăng có hai thứ tâm: một là thiện tâm, hai là ác tâm.

Thế nào là thiện tâm? Người đến chùa tăng thấy Phật thì lễ bái, thấy tăng thì cung kính, thỉnh kinh hỏi nghĩa, và thọ giới sám hối, bỏ tiền của ra xây cất chùa chiền, kiến lập Tam Bảo, không tiếc thân mạng, hộ trì chánh pháp. Những người như thế cất chân một bước tức là bước thiên đàng, đời vị lai hưởng phước như cây Đề Gia, đó gọi là người tối thiện.

Thế nào là ác tâm? Có những chúng sanh khi

tới chùa, chỉ dòm ngó xin chúng tăng như là đòi mượn tiền mượn của hoặc chỉ trích chư tăng, vạch tỏ những lỗi lầm chuyên chú phá hoại mà thôi, hoặc ăn của tăng không có tâm hổ thẹn, nào bánh quả, rau đậu, cắp mang về nhà, những con người như thế chết đọa vào địa ngục Thiết Hoàn, vạc nước sôi, lò than, núi dao, rừng kiếm phải bị trừng phạt, đó tức là kẻ tối hạ ác nhân!" (o)

Phật lại dặn A-Nan tôi rằng: "Phải răn bảo cho đệ tử của ta đời mai sau, khi đến chùa phải cẩn thận chớ phạm của Tam Bảo, phải gắng sức tôn sùng thành thật, chớ có thoái tâm, nghe lời Phật, tới khi ngài Di Lặc xuất thế quyết định được độ thoát không nghi ngờ."

Phật nói: Đời nay cướp lột áo của người ta, chết đọa vào địa ngục Hàn Băng, sau đọa làm loài tằm bị người nung nấu kéo tơ.

Đời nay chẳng muốn đốt đèn soi kinh, cúng tượng, chết đọa vào địa ngục Hắc Ám trong núi Thiết Vi. (o)

Đời nay làm kẻ đồ tể mổ giết chúng sanh, chết đọa vào trong địa ngục Đao Sơn Kiếm Thụ.

Đời nay ham săn bắn, huýt chó thả chim ưng làm mồi, sau khi chết đọa vào địa ngục Thiết Cứ.

Đời nay hay làm hạnh tà dâm, sau khi chết đọa vào trong địa ngục Đồng Trụ, Thiết Sàng.

Đời nay chứa nhiều vợ, sau khi chết đọa vào

trong địa ngục Thiết Khải.

Đời nay chứa nhiều chồng sau khi chết đọa vào địa ngục Độc Xà.

Đời nay hay thui luộc gà, sau khi chết đọa vào trong địa ngục Hôi Hà. (o)

Đời nay hay cạo lông lợn, nhổ lông gà, sau khi chết đọa vào địa ngục Hoạch Thang.

Đời nay hay hoạn thiến chó lợn, sau khi chết đọa vào địa ngục Tiêm Thạch.

Đời nay hay uống rượu say, sau khi chết đọa vào địa ngục uống nước đồng.

Đời nay hay cắt chém chúng sanh, sau khi chết đọa vào địa ngục Thiết Luân.

Đời nay lấy trộm quả trái của tăng chúng, sau khi chết đọa vào trong địa ngục Thiết Hoàn.

Đời nay hay ham ăn ruột thịt chó lợn, sau khi chết đọa vào trong địa ngục Phân nước giải.

Đời nay hay ăn gỏi cá, sau khi chết đọa vào trong địa ngục Đao Lâm Kiếm Thụ.

Đời nay làm mẹ ghẻ cay nghiệt với con chồng, sau khi chết đọa vào trong địa ngục Hỏa Xa.

Đời nay hay nói lưỡi đôi chiều làm cho người ta ấu đả nhau, sau khi chết đọa vào trong địa ngục Thiết Lê.

Đời nay hay nói đâm thọc mạ nhục người, sau

khi chết đọa vào trong địa ngục Bạt Thiệt.

Đời nay hay nói dối, sau khi chết đọa vào trong địa ngục Chiết Thâm. (o)

Đời nay hay sát sanh cúng tế tà thần, sau khi chết đọa vào trong địa ngục Thiết Đối.

Đời nay làm bà đồng khi lên đồng, giả làm lời nói của quỷ thần để dối người ta lấy tiền của, sau khi chết đọa vào trong địa ngục Nhục Sơn.

Đời nay làm bà đồng nhắm mắt nhìn xuống đất dối người lên trời lấy thần hồn, kẻ đó sau khi chết đọa vào trong địa ngục Trảm Yêu (chặt ngang lưng).

Đời nay làm bà đồng bảo người ta sát sanh cúng tế để cầu ông thần lớn hoặc họa ngũ đạo, Thổ Địa, Thổ Công, ông hoàng bà chúa, tất cả như thế đều là lừa dối kẻ ngu lấy tiền, sau khi chết đọa vào địa ngục Chước, bị quân ngục tuốt, băm, chém, mổ xẻ thân thể, lại bị con chim mỏ sắt mổ moi hai mắt. (o)

Đời nay làm thầy bói phù thủy, ông đồng hoặc thầy địa lý chôn cất mồ mả, xem gia trạch, đoán cát hung, năm họ tiện lợi, an long giận mạch trấn ác suy họa để lừa dối kẻ ngu lấy tiền, nói càn những điềm xấu tốt, các bọn người này sau khi chết đọa vào trong địa ngục Thiết Đồng, có rất nhiều giống chim đậu trên mình kẻ đó để mổ móc thịt ăn, ray rỉa gân xương chịu khổ vô cùng. (o)

Đời nay làm thầy thuốc lừa dối chữa bệnh người không lành để lấy tiền, sau khi chết đọa vào địa ngục Châm Chích, toàn thân bị thiêu đốt.

Đời nay làm kẻ phá tháp phá chùa, lường gạt chư tăng, bất hiếu với cha mẹ, sau khi chết đọa vào đại địa A Tỳ qua tám địa ngục lớn và các địa ngục nhỏ, một trăm ba mươi sáu sở, lâu một kiếp, hai kiếp, cho đến năm kiếp, rồi sau đó mới được ra, nếu gặp bậc thiện tri thức giáo hóa phát tâm bồ đề, bằng không lại đọa địa ngục.

Phật nói: Làm thân người rất hôi thối nhơ bẩn, đầy lòng giận tức khó bỏ gỡ, phải biết kẻ đó kiếp trước làm giống lạc đà nay được tái sanh.

Người hay đi đây đi đó, ăn khỏe, không tránh nguy hiểm khó khăn, kẻ đó trước làm giống ngựa tái sanh. (o)

Người hay xông pha đi nắng đi rét, tâm không ghi nhớ, kẻ đó trước làm giống trâu được tái sanh.

Người tiếng nói to hồm hỗm, không biết hổ thẹn, nhiều ái niệm không phân biệt phải trái, kẻ đó trước làm giống lừa được tái sanh.

Người hay tham ăn thịt, làm gì cũng không sợ, kẻ đó trước làm giống sư tử được tái sanh.

Người lông trên mình dài, mắt nhỏ, không muốn ở yên chỗ, kẻ đó trước làm giống chim được tái sanh.

Người có tánh phản phúc, lại hay sát hại sâu trùng, kẻ đó trước làm giống dã hồ mà tái sanh. (o)

Người có lực khỏe mạnh và cường tráng, ít dâm dục, không yêu vợ con, kẻ đó trước làm giống chó sói mà tái sanh.

Người không ham mặc đẹp, tánh hay rình bắt kẻ gian phi và ít ngủ, đa sân nộ, kẻ đó trước làm giống chó mà tái sanh.

Người ham dâm dục và hay nói, lại được nhiều người yêu, kẻ đó trước làm giống chim vẹt mà tái sanh.

Người hay vui trong nhân chúng, lời nói nhiều phiền phức, kẻ đó trước làm loài chim yểng mà tái sanh.

Người thể vóc bé nhỏ, ham dâm dục, ý chẳng chuyên định, thấy sắc đẹp sanh tâm say mê, kẻ đó trước làm chim sẻ được tái sanh.

Người mắt có sắc đỏ răng ngắn, khi nói thì sùi bọt mép như xà bông, nằm thì cuộn mình lại, kẻ đó trước làm loài trăn, rắn được tái sanh.

Người lời nói ra có tánh giận tức, không quan sát nguyên do ý nghĩa, miệng thở ra lửa độc, kẻ đó trước làm giống bọ cạp, rết, mọt gỗ được tái sanh. (o)

Người hay ngồi một mình ăn, đêm ít ngủ, kẻ đó trước làm loài hồ được tái sanh.

Kẻ hay đào tường khoét vách ăn trộm, tham của đầy lòng oán giận không có tình thân sơ, kẻ đó trước làm loài chuột được tái sanh.

Phật nói: "Kẻ phá hoại chùa tháp, cất giấu của Tam Bảo làm riêng của mình để ăn dùng, chết đọa vào đại địa ngục A Tỳ, từ địa ngục được thoát ra lại đọa làm thân súc sanh, như chim bồ câu, chim sẻ, chim uyên ương, chim oanh vũ, chim thanh tước, cá giải, khỉ, vượn, hưu, nai, nếu được làm người phải đọa thân hoàng môn hoặc con gái hai căn, không căn hay kẻ dâm nữ. (o)

Làm người hay giận tức, chết đọa làm loài rắn độc, sư tử, hổ, báo, gấu bi, mèo, hồ, chim ưng, gà, nếu được làm người hay nuôi gà lợn, kẻ đồ nhi (mổ giết trâu lợn) kẻ săn bắn, kẻ chài lưới bắt cá và quân canh ngục.

Làm người gặp Phật Pháp mà ngu si chẳng hiểu đạo, khi chết đọa làm loài voi, lợn, trâu, dê, trâu nước, rận, chí, ruồi, muỗi, kiến, các thân hình, nếu được làm người thì mù, điếc, câm, ngọng, gù, còng, các căn không đủ, không hay thọ giáo pháp.

Làm người hay kiêu mạn, chết làm loài bọ trong đống phân, hoặc làm lừa chở nặng, loài chó, loài ngựa, nếu được sanh làm người phải đọa làm thân nô tỳ nghèo cùng ăn mày, bị mọi người khinh rẻ. (o)

Làm người mà được chức vị quan quyền lại tham lấy của dân, chết đọa vào trong địa ngục Nhục Sơn, lúc đó có trăm ngàn muôn quỷ thú lại cắt thịt mà ăn.

Đời nay phá trai ăn đêm, sau khi chết đọa làm loài quỷ đói, trăm ngàn muôn năm không được ăn uống, lúc bước đi trên đầu phun ra lửa.

Đời nay ham cởi trần ngồi, sau khi chết đọa làm loài trùng hàn vọ.

Đời nay hay cắp đồ trai dư về ăn uống, chết đọa vào trong địa ngục Nhục Thiết, sau khi sanh vào cõi nhân gian mắc chứng bịnh yết hầu và chết non.

Đời nay lễ Phật đầu chẳng sát đất, chết đọa vào ngục Đảo Huyền, sau khi sanh vào cõi nhân gian phần nhiều bị lừa dối.

Đời nay lễ Phật không chắp tay, sau khi chết sanh nơi biên địa, làm nhiều thu hoạch ít. (o)

Đời nay nghe tiếng chuông không ngồi dậy, sau khi chết đọa vào trong loài trăn, thân to dài bị vi trùng moi rúc ăn.

Đời nay chắp tay hai bàn tay vùng lại với nhau lễ Phật, chết đọa vào địa ngục Phản Phọc, sau sanh trong đạo người gặp nhiều việc ác. Đời nay chắp tay và năm thể rạp xuống đất chí tâm lễ Phật, đời sau thường được sanh vào nhà tôn quý thụ hưởng khoái lạc.

Người ưa giận và buồn phiền, là do đời trước có bịnh điên cuồng.

Người bị con ngươi lệch về một bên (mắt lác), là do đời trước hay nhìn trộm phụ nữ. (o)

Người đời nay bênh vợ mắng cha mẹ, sau khi chết đọa vào trong địa ngục Trảm Thiệt.

Đời nay lấy nước đổ vào trong rượu rồi bán cho người ta, sau khi chết phải đọa làm loài trùng trong nước, khi sanh cõi nhân gian mắc chứng bệnh thủng và đoản khí mà chết.

Phật lại dạy A-Nan tôi rằng: "Như trên ta đã nói rất nhiều các sự đau khổ, đều là do nghiệp thập ác mà ra, thượng là nhân duyên địa ngục; trung là nhân duyên súc sanh; hạ là nhân duyên ngạ quỷ. (o)

Tội sát sanh khiến cho chúng sanh đọa vào địa ngục, ngạ quỷ, súc sanh, sau được sanh làm người phải hai thứ quả báo: một là chết non, hai là nhiều bịnh.

Tội trộm cắp cũng khiến cho chúng sanh đọa địa ngục ngạ quỷ, súc sanh, sau được sanh làm người phải hai thứ quả báo: một là nghèo cùng hai là chung của không được xài tự do.

Tội tà dâm cũng khiến cho chúng sanh đọa địa ngục, ngạ quỷ, súc sanh, sau được sanh làm người phải hai thứ quả báo: một là vợ không trinh lương, hai là vợ tranh nhau không theo ý mình.

Tội nói dối cũng khiến cho chúng sanh đọa địa ngục, ngạ quỷ, súc sanh, sau được sanh làm người phải hai thứ quả báo: một là phần nhiều bị người phỉ báng, hai là thường bị người ta lừa gạt. (o)

Tội lưỡng thiệt cũng khiến cho chúng sanh đọa địa ngục, ngạ quỷ, súc sanh, sau được sanh làm người phải hai thứ quả báo: một là bị họ hàng phá hoại, hai là bị anh em họ hàng tệ ác.

Tội ác khẩu cũng khiến cho chúng sanh đọa địa ngục, ngạ quỷ, súc sanh, sau được sinh làm người phải hai thứ quả báo: một là thường phải nghe tiếng ác, hai là có nói ra điều gì tranh cãi kiện tụng.

Tội ỷ ngữ cũng khiến cho chúng sanh đọa địa ngục, ngạ quỷ, súc sanh, sau được sanh làm người phải hai thứ quả báo: một là lời nói phải chẳng ai tin, hai là lời nói không được rành rọt.

Tội tham dục cũng khiến cho chúng sanh đọa địa ngục, ngạ quỷ, súc sanh, sau được sanh làm người phải hai thứ quả báo: một là tham tài không chán, hai là cầu nhiều không toại ý. (o)

Tội sân giận cũng khiến cho chúng sanh đọa địa ngục, ngạ quỷ, súc sanh, sau được sanh làm người phải hai thứ quả báo: một là thường bị người ta chỉ trích tội lỗi, hai là thường bị người ta não hại.

Tội tà kiến cũng khiến cho chúng sanh đọa địa ngục, ngạ quỷ, súc sanh, sau sanh làm người phải hai thứ quả báo: một là thường sanh vào nhà tà kiến, hai là tâm thường nịnh hót không được ngay thẳng. Các Phật tử nên biết nghiệp thập ác như thế, đều là mọi sự đau khổ, chứa chất một nhân duyên lớn.

Khi bấy giờ trong đại chúng, có người đã tạo nghiệp thập ác, nghe Phật nói khổ báo của địa ngục như thế, tự kêu khóc sợ hãi mà bạch Phật rằng:

"Lạy đức Thế Tôn, đệ tử chúng con phải làm hạnh gì mà được thoát khỏi khổ ấy, cúi xin đức Thế Tôn chỉ bảo cho?"

Phật nói: "Các ngươi hãy giáo hóa hết thảy chúng sanh chung làm nghiệp phước, thế nào là tu phước?

Nếu có chúng sanh nào đời nay làm một người Đại hóa chủ đứng ra xây cất chùa, tháp, tịnh xá đời vị lai được phước làm quốc vương thống lãnh vạn dân khắp nơi đều quy phục.

Đời nay làm Ấp vương trung chánh, duy na luân chủ, đời sau sẽ được làm vương thần, phụ tướng, châu quận đầy đủ tôn sang. (o)

Đời nay khuyến hóa nhiều người làm các việc công đức, đời vị lai sẽ được làm trưởng giả giàu sang, mọi người kính nể, bốn đường khai thông.

Đời nay hay đốt đèn nối sáng, đời sau sanh vào cung trời Nhật Nguyệt Quang Minh tự chiếu soi.

Đời nay hay làm việc bố thí và từ tâm nuôi dưỡng sanh mạng, đời sau sanh nơi giàu có, ăn mặc tự nhiên.

Đời nay hay cho người khác thức ăn uống, đời sau nơi sanh bếp trời tự đem lại, sức lực đầy đủ, thông minh, trí tuệ, biện tài, thọ mạng lâu dài.

Cho thức ăn loài súc sanh được bách bội báo, cho thức ăn kẻ nhứt xiển được ngàn bội báo. (o)

Cúng dường thầy tỳ kheo trì giới được vạn bội báo, nếu cúng dường các vị Pháp sư lưu thông Đại Thừa giảng tuyên tạng bí mật của Như Lai, khiến cho đại chúng khai thông tâm mắt được vô lượng báo. Cúng dường Bồ Tát chư Phật thọ báo vô cùng. Cúng dường ba bậc người phước báo vô tận: một là chư Phật, hai là cha mẹ, ba là bệnh nhân.

Một lần cúng món ăn mà được phước báo vô lượng như thế, nếu hay thường thường cúng dường thì phước ấy bao giờ cùng tận được?

Đời nay xối nước tắm cho chúng tăng, đời sau sanh chốn áo mặc tự nhiên, có mọi người kính nể, thân hình đoan chánh, mặt mắt tươi đẹp.

Đời nay tán dương Phật và ham đọc tụng Kinh Pháp, sanh thân đời sau tiếng nói hòa nhã

nhiệm mầu, ai nghe tiếng cũng vui mừng. (o)

Đời nay hay giữ giới, sanh thân đời sau đoan chánh oai nghi, là bậc tối thắng trong loài người.

Đời nay hay đào giếng hoặc để chum, để thùng nước cho người qua lại dùng, trồng cây bên đường cho người nghỉ mát, đời sau sanh xứ nào cũng làm thân vương, trăm mùi ăn uống nghĩ tới là có đưa lại.

Đời nay hay viết chép Kinh Pháp cho người đọc, đời sau sanh xứ nào miệng biện đa tài, học phá gì, nghe qua một lần là thấu hiểu, chư Phật Bồ Tát thường gia hộ, là tối thắng trong loài người và thường làm bậc Thượng Thủ.

Đời nay hay bắc cầu, hoặc chở thuyền cho người qua sông, đời sau sanh xứ nào đều có đầy đủ bảy báu, mọi người khen kính và chiêm ngưỡng, đi lại ra vào được người nâng đỡ. (o)

Khi đó A-Nan tôi bạch Phật rằng: "Lạy đức Thế Tôn, Kinh này gọi là gì và khuyến phát thế nào, cúi xin Ngài chỉ giáo?"

Phật bảo A-Nan tôi rằng: "Kinh này tên Thiện Ác Nhân Quả, cũng gọi là Kinh Bồ Tát Phát Nguyện Tu Hành, thọ trì như thế."

Khi Phật nói Kinh xong, trong chúng có tám vạn người, trời phát tâm A Nậu Đa La Tam Miệu Tam Bồ Đề và có trăm ngàn người con gái chuyển thành nam. Một ngàn hai trăm ác nhân bỏ ý ác biết đời trước của mình. Vô lượng trời người được vô sanh nhẫn, thường được hưởng khoái lạc. Vô lượng thính giả sanh các cõi Tịnh Độ cùng được làm bạn với chư Phật Bồ Tát. Hết thảy đại chúng về nhà làm phước, hoan hỷ tụng hành[2].

Nam Mô Bổn Sư Thích Ca Mâu Ni Phật. (ooo)

***

12.3. KINH ĐỌA THAI

Tôi nghe như vầy:

Một thời Phật trú tại thành Vương Xá, trong vườn trúc Ca-lan-đà.

Khi ấy Tôn giả Mục-kiền-liên và Tôn giả Lặc-xoa-na đang cùng ở trong núi Kỳ-xà-quật. Bấy giờ, Tôn giả Lặc-xoa-na sáng sớm đi đến chỗ Tôn giả Mục-kiền-liên, mời Tôn giả Mục-kiền-liên đi ra khỏi núi Kỳ-xà-quật, vào thành Vương Xá khất thực. Tôn giả Mục-kiền-liên im lặng nhận lời. Cả hai Tôn giả cùng ra khỏi núi Kỳ-xà-quật, vào thành Vương xá khất thực. Đi đến một nơi, Tôn giả Mục-kiền-liên trong tâm khởi niệm, liền vui vẻ mỉm cười. Tôn giả Lặc-xoa-na thấy Tôn giả Mục-kiền-liên mỉm cười liền hỏi:

2 https://phatgiao.org.vn/kinh-thien-ac-nhan-qua-tieng-viet-d70103.html

Khi đức Phật và các đệ tử vui tươi mỉm cười không phải không có duyên cớ. Hôm nay, Tôn giả do duyên cớ gì lại mỉm cười như vậy? (o)

Tôn giả Mục-kiền-liên đáp:

– Câu hỏi chưa đúng lúc, chờ khất thực xong, trở về chỗ Thế Tôn sẽ hỏi việc này, lúc ấy nên hỏi.

Hai Tôn giả vào thành Vương xá khất thực xong, ăn xong, trở về rửa chân, cất y bát rồi cùng đi đến chỗ Thế Tôn, cúi đầu lễ chân Phật, rồi lui ngồi một bên.

Tôn giả Lặc-xoa-na hỏi Tôn giả Mục-kiền-liên:

– Sáng nay tôi cùng với Thầy vào thành Vương Xá khất thực, đến một chỗ nọ, Thầy lại vui vẻ mỉm cười, tôi liền hỏi Thầy cười việc gì. Thầy nói tôi hỏi không đúng lúc. Nay tôi hỏi vì nhân duyên gì mà Thầy vui vẻ mỉm cười? (o)

Tôn giả Mục-kiền-liên đáp:

Giữa đường tôi thấy một chúng sanh to lớn, toàn thân không có da bao bọc, thân hình như một khối thịt đi trong hư không...

Phật bảo các Tỳ-kheo:

– Chúng sanh này thời quá khứ ở thành Vương Xá, tự phá thai mình. Do tội này nên rơi vào địa ngục trong trăm ngàn năm, chịu vô lượng khổ, tội báo kia còn sót lại nên nay vị ấy phải mang cái

thân như thế và tiếp tục chịu khổ.

Này các Tỳ-kheo! Như Đại Mục-kiền-liên đã thấy là đúng thật không khác, các Thầy phải ghi nhớ.

Phật nói kinh này xong, các Tỳ-kheo nghe lời Phật dạy, hoan hỷ phụng hành[3]. (ooo)

***

12.4. KINH NGẠ QUỶ BÁO ỨNG

Tôn giả Đại Mục-kiền-liên theo Đức Phật ngụ tại núi Kỳ-xà-quật, rồi du hóa đến bên bờ sông Hằng. Tôn giả Mục-kiền-liên thấy có rất nhiều ngạ quỷ bị những tội khác nhau. Thấy Tôn giả, chúng rất cung kính và đi tới thưa hỏi nguyên do. (o)

… Một quỷ thưa hỏi:

– Con **mang thân này không có tay chân giống như một khúc thịt, sống nơi hoang dã bị các loài cáo, hổ, lang, chim điêu, thứu… tranh nhau đến cắn xé, đau đớn không thể chịu nổi, là vì tội gì?**

Tôn giả Mục-liên nói:

---

3 Trích soạn từ: Kinh số 512 – Việt dịch: Hòa thượng Thích Thiện Siêu, hòa thượng Thích Thanh Từ.
Xem: Đại tạng kinh Việt Nam, Kinh Tạp A-Hàm tập 2, Viện nghiên cứu Phật học Việt Nam ấn hành năm 1994 (Phật lịchoo 2538), tr. 309-310.

– Lúc làm người, ngươi bày ra những trò độc tự mình làm, hoặc bảo người khác lúc mang thai uống thuốc để phá thai, do đó mà bị khổ như vậy. Nay chịu hoa báo, còn quả báo thì bị đọa trong địa ngục.

...Mục-kiền-liên trả lời các ngạ quỷ rồi, chúng đều cung kính cùng đến trước mặt Tôn giả xin sám hối. Thấy chúng hoan hỷ, Tôn giả Tôn giả Mục-liên bèn thuyết pháp cho chúng nghe. Nghe xong, các ngạ quỷ đều rất vui mừng[4]. (ooo)

***

12.5. KINH TRƯỜNG THỌ VÀ ĐOẢN THỌ

Một thời, Thế Tôn ở thành Xá Vệ (Sàvatthi), tại tịnh xá Kỳ Viên (Jetavana), tinh xá ông Cấp Cô Độc (Anàthapindika). Có thanh niên Su-ba Tô-đây-da-pu-ta (Subha Todeyyaputta) đi đến Thế Tôn, sau khi chào và hỏi thăm, liền ngồi xuống một bên, bạch Thế Tôn: (o)

Thưa Tôn giả Go-ta-ma (Gotama), do nhân gì, do duyên gì giữa loài người với nhau, chúng tôi thấy có người đoản thọ, có người trường thọ...? (o)

4 Nguồn: Hán dịch: Mất tên người dịch, nay trích lục nơi dịch phẩm đời Đông Tấn.
https://chuabavang.com/bai-kinh-nga-quy-bao-ung-d5518.html

Vậy, này Thanh niên, hãy nghe và suy nghiệm kỹ, Ta sẽ nói:

Ở đây, này Thanh niên, có người đàn bà hay người đàn ông sát sinh, tàn nhẫn, tay lấm máu, tâm chuyên sát hại, đả thương, tâm không từ bi đối với các loại chúng sanh. Do nghiệp ấy, sau khi mạng chung bị sanh vào cõi dữ, ác thú. Nếu được tái sanh trong loài người, người ấy phải đoản mạng.

Nhưng ở đây, này Thanh niên, có người đàn bà hay đàn ông từ bỏ sát sanh, tránh xa sát sanh, bỏ trượng, bỏ kiếm, biết tàm quý, có lòng từ, sống thương xót đến hạnh phúc tất cả chúng sanh. Do nghiệp ấy, sau khi mạng chung được sanh vào thiện thú, thiên giới. Nếu tái sanh trong loài người, người ấy được trường thọ[5]. (ooo)

***

13. CÚNG NGỌ (cúng cơm cho Phật)

Cúng dường

Nam mô thường trụ thập phương Phật.

Nam mô thường trụ thập phương Pháp.

Nam mô thường trụ thập phương Tăng.

5 Nguồn: ĐTKVN, Trung Bộ III, kinh Tiểu Nghiệp Phân Biệt [trích], VNCPHVN ấn hành, 1992, tr.473.
https://chuabavang.com/kinh-truong-tho-va-doan-tho-d632.html

Nam mô Bổn Sư Thích Ca Mâu Ni Phật.

Nam mô Cực Lạc thế giới A Di Đà Phật.

Nam mô Mười phương Ba đời hết thảy chư Phật.

Nam mô đương lai hạ sanh Di Lặc tôn Phật.

Nam mô đại trí Văn Thù Sư Lợi Bồ-tát.

Nam mô đại hạnh Phổ Hiền Bồ-tát.

Nam mô đại bi Quán Thế Âm Bồ-tát.

Nam mô Đại Thế Chí Bồ-tát.

Nam mô Địa Tạng Vương Bồ-tát.

Nam mô Hộ Pháp chư tôn Bồ-tát.

Nam mô Già lam Thánh chúng Bồ-tát.

Nam mô Lịch đại Tổ sư Bồ-tát.

Nam mô Đạo Tràng hội thượng Phật Bồ-tát. (o)

CHÂN NGÔN BIẾN THỰC

Nam mô tát phạ đát tha, nga đa phạ lồ chỉ đế. Ám, tam bạt ra, tam bạt ra hồng. (3 lần) (o)

CHÂN NGÔN BIẾN THỦY

Nam mô tô rô bà da, đát tha nga đa da, đát điệt tha.

Án, tô rô tô rô, bát ra tô rô, bát ra tô rô, sa bà ha. (3 lần) (o)

Món ăn sắc hương vị
Trên cúng mười phương Phật
Kế phụng các Hiền Thánh
Dưới tới sáu đạo phẩm
Đẳng thí không sai biệt
Tùy nguyện đều no đủ.
Khiến người bá thí
Được vô lượng ba la mật. (o)

Ba đức sáu vị
Cúng Phật cùng Tăng
Pháp giới hữu tình
Khắp đồng cúng dường. (o)

Án nga nga nẵng tam bà phạ phiệt nhựt ra hồng. (3 lần) (o)

Con nay phụng hiến cam lồ vị,
Mỗi mỗi đều như núi Tu Di,
Sắc hương mỹ vị biến hư không
Duy nguyện từ bi thương tiếp thọ. (o)
Nam mô Phổ Cúng Dường Bồ-tát ma-ha-tát.
(3 lần) (o)

Bốn loài chín cõi,
Đồng lên cửa huyền Hoa Tạng.
Tám nạn ba đường,
Chứng vào bể tánh Tỳ Lô. (o)

Cúng Phật xong rồi
Xin nguyện chúng sanh
Tất cả công việc
Thành biện đúng pháp. (ooo)

14. CÚNG CHÁO SỮA CHO THAI NHI

(Đến bàn linh thai nhi, thắp nhang, đứng nguyện)

Chủ lễ:

Tây Phương tiếp độ thai nhi. (o)

Hôm nay ngày......, Gia đình tang quyến tên.................... Xin thiết lễ cầu siêu, hiến cúng cháo sữa cho thai nhi tên......, pháp danh......... cùng tất cả các hương linh ký tự tại Chùa Hương Sen.

Vong tựu Phật tiền xá 3 xá.

(Gia quyến 3 xá) (ooo)

Nam mô Tây phương Cực Lạc Thế Giới Đại từ Đại bi A Di Đà Phật tiếp dẫn thai nhi. (o)

Cửa cam lồ mở

Hội kiết tường khai

Mời thai nhi vân tập về đây

Nghe pháp cùng hương trai

Vĩnh thoát luân hồi khổ

Sen báu nở từ đây.

Nam mô Vân Lai Tập Bồ Tát Ma Ha Tát.
(3 lần) (o)

Nhất tâm phụng thỉnh:

Nam mô Tây Phương Giáo Chủ Tiếp Dẫn Đạo Sư A-Di-Đà Phật. (o)

Nam mô Đại Bi Quan Thế Âm Bồ Tát. (o)

Nam mô Đại Hùng, Đại Lực, Đại Thế Chí Bồ Tát. (o)

Nam mô Đại Nguyện Địa Tạng Vương Bồ Tát. (o)

Nam mô Khải Giáo A-nan-đà Tôn giả. (o)

Nam mô Diện Nhiên Đại Sĩ. (o)

Nam mô Diệm Khẩu Quỷ Vương. (o)

Nam mô Tả Ngưu Đầu, Hữu Mã Diện, nhị vị Tướng quân. (o)

Thành tâm phụng thỉnh, sơ thỉnh,
tái thỉnh, tam thỉnh. (o)

Quang giáng đạo tràng chứng minh tiếp độ. (ooo)

Chủ lễ: **THỈNH LẦN THỨ NHẤT**

Dấu linh Thai nhi giáng về. (o)

Chủ lễ: **Hương hoa nghinh, hương hoa thỉnh.** (o)

Đại chúng:

Dấu linh thai nhi biết là đâu?
Phách quế mơ màng đã mấy thu?
Nay biển mai cồn là thế giới
Hồn thiêng vờ vật nghĩ mà đau.
Hương thành vừa đốt, lời pháp phụng cung.
Khói thơm lan tỏa khắp vùng
Núi sông đồng nội, suối rừng u linh.
Sơ phiên hoa ngọc chén quỳnh
Thỉnh hồn các nẻo, mau mau giáng về.

Nam Mô bộ bộ đế rị già rị đa rị đát đa nga đa da.
(3 lần) (o)

Chủ lễ: **THỈNH LẦN THỨ HAI:**

Dấu linh Thai nhi giáng về. (o)

Chủ lễ: **Hương hoa nghinh, hương hoa thỉnh.** (o)

Đại chúng: **Nam mô nhất tâm triệu thỉnh**

Mỗi chân lông Phật hiện mây sáng
Chiếu khắp hư không vang tiếng lớn

Đều chiếu đến những nơi tối tăm

Các khổ địa ngục đều trừ diệt.

Hôm nay ngày lành tháng tốt

Đàn tràng phẩm vật hương hoa

Thai nhi dù ở phương xa

Nương oai Tam Bảo về mà nghe kinh. (o)

Cẩn nguyện nương oai Tam-bảo thần lực mật ngôn, phút giây tới hưởng trai đàn, **pháp diên lễ mọn lòng thành kính dâng.**

Nam Mô bộ bộ đế rị già rị đa rị đát đa nga đa da. (3 lần) (o)

Chủ lễ: **THỈNH LẦN THỨ BA:**

Dấu linh Thai nhi giáng về. (o)

Đại chúng: **Chín tháng mang thai, ba hôm nằm chỗ. Những tưởng hòa minh loan phụng, ước mong hợp mộng hùng bi. Tin lành sắp báo, cát hung trong một phút giây. Ngọc đá chưa phân, con đã về chín suối.**

Thương thay! Hoa đang tươi đẹp, mưa gió phũ phàng. Trăng đang tròn sáng, mây kéo mịt mù. Như thế những hàng thai nhi, sản nạn một loại cô hồn. (o)

Cẩn nguyện nương oai Tam bảo thần lực mật ngôn, phút giây tới hưởng trai đàn, pháp diên lễ

mọn lòng thành kính dâng.

Nam Mô bộ bộ đế rị già rị đa rị đát đa nga đa da.

(3 lần) (o)

Lòng thành phụng thỉnh đã phân minh

Xin nguyện quang lâm chứng thịnh tình.

Sơ lễ kính mừng đôi chén ngọc

Đàn hoa ngồi tạm lắng nghe kinh.

Nam Mô Đại Thánh Cứu Bạt Minh Đồ

Bổn Tôn Đại Nguyện Địa tạng Vương Bồ Tát Ma Ha Tát. (3 lần) (o)

Nam mô A Di đà Phật tát tác đại chứng minh. (o)

Giờ này, chúng con xin tác lễ cúng dường vật thực. (o)

Ngưỡng cúng dường thập phương chư Phật.

Ngưỡng cúng dường chư Bồ Tát, chư Thánh Hiền Tăng.

Ngưỡng cúng dường chư Thiên, chư Thần Linh.

Xin dâng cúng tịnh thực cho thai nhi và các chư vị trong cõi tâm linh. (o)

(Gia quyến rót sữa ra 3 ly nhỏ và dùng muỗng quậy 3 chén cháo, mời thai nhi dùng)

BIẾN THỰC CHÂN NGÔN

Nam mô tát phạ đát tha, nga đá phả rô chỉ đế, ám tam bạt ra, tam bạt ra hồng. (3 lần) (o)

(Gia quyến rót nước ra 3 ly nhỏ hay mở nắp chai nước, mời thai nhi uống)

BIẾN THỦY CHÂN NGÔN

Nam mô tô rô bà ra, đát tha nga đá ra, đát điệt tha, án tô rô tô rô, bát ra tô rô, bát ra tô rô sa bà ha. (3 lần) (o)

Nguyện cho các thai nhi

Được thọ thực no đủ

Nghe kinh giác ngộ Pháp

Sinh lòng kính tín Phật

Nương tựa nơi Tam Bảo

Tu hành cầu thoát khổ.

Án nga nga nẵng tam bà phạ phiệt nhật ra hồng. (3 lần) (o)

Nam mô Phổ Cúng Dường Bồ Tát Ma-ha-tát. (o) (1 xá)

15. KINH BÁT NHÃ BA LA MẬT

Khi Ngài Quán Tự Tại Bồ Tát thực hành sâu xa pháp Bát Nhã Ba La Mật Đa, Ngài soi thấy

năm uẩn đều không, qua hết thảy khổ ách.

"Này Xá Lợi Phất, sắc chẳng khác không, không chẳng khác sắc, sắc tức là không, không tức là sắc. Thọ, Tưởng, Hành, Thức cũng đều như thế".

"Này Xá Lợi Phất, 'tướng không của mọi pháp' không sanh, không diệt, không dơ, không sạch, không thêm, không bớt, nên trong 'chân không', không có sắc, không có thọ, tưởng, hành, thức, không có mắt, tai, mũi, lưỡi, thân, ý, không có sắc, thinh, hương, vị, xúc, pháp, không có nhãn giới, cho đến không có ý thức giới, không có vô minh, cũng không có cái hết vô minh, cho đến không có già chết, cũng không có cái hết già chết, không có khổ, tập, diệt, đạo, không có trí huệ, cũng không có chứng đắc.

Vì không có chỗ chứng đắc, nên Bồ Tát y theo Bát Nhã Ba La Mật Đa, tâm không ngăn ngại. Vì không ngăn ngại, nên không sợ hãi, xa hẳn điên đảo, mộng tưởng, đạt tới cứu cánh Niết Bàn.

Chư Phật trong ba đời cũng y theo Bát Nhã Ba La Mật Đa, được đạo quả vô thượng chánh đẳng chánh giác.

Nên biết Bát Nhã Ba La Mật Đa là Đại Thần Chú, là Đại Minh Chú, là Vô Thượng Chú, là Vô Đẳng Đẳng Chú, trừ được hết thảy khổ, chân thật không hư".

Vì vậy, liền nói Chú Bát Nhã Ba La Mật Đa:

"Yết đế, yết đế, ba la yết đế, ba la tăng yết đế, bồ đề tát bà ha". (3 lần) (o)

16. CHÚ VÃNG SANH QUYẾT ĐỊNH CHÂN NGÔN

Nam mô a di đa bà dạ, đa tha dà đa dạ,

đa địa dạ tha, a di rị đô bà tì,

a di rị đa tất đam bà tì, a di rị đa tì ca lăn đế, a di rị đa tì ca lăn đa,

dà di nị dà dà na,

chỉ đa ca lệ ta bà ha. (3 lần) (o)

17. NIỆM PHẬT

A Di Đà Phật thân sắc vàng

Tướng tốt quang minh tự trang nghiêm

Năm Tu Di uyển chuyển bạch hào

Bốn biển lớn trong ngần mắt biếc

Trong hào quang hóa vô số Phật

Vô số Bồ tát hiện ở trong

Bốn mươi tám nguyện độ chúng sanh

Chín phẩm sen vàng lên giải thoát

Quy mạng lễ A Di Đà Phật

Ở phương Tây thế giới an lành

Con nay xin phát nguyện vãng sanh

Cúi xin Đức Từ Bi tiếp độ.

Nam Mô Tây-phương Cực-lạc thế-giới, đại-từ đại-bi, A-Di-Đà Phật.

Nam Mô A-Di-Đà Phật. (3 lần) (o)

Nam Mô Đại-bi Quán-Thế-Âm Bồ-tát. (3 lần) (o)

Nam Mô Đại-Thế-Chí Bồ-tát. (3 lần) (o)

Nam Mô Địa-Tạng Vương Bồ-tát. (3 lần) (o)

Nam Mô Thanh-tịnh Đại-Hải chúng Bồ-tát. (3 lần) (ooo)

18. KỆ SÁM THAI NHI

Kính bạch chư Phật

Bồ Tát Thánh Hiền

Từ bi gia hộ

Chứng minh đệ tử. (o)

Hướng tới thai nhi

Kiếp này kiếp trước

Hoặc là của mình

Hoặc của cha mẹ

Hoặc của muôn dân
Tự mình xui người
Hại mạng thai nhi
Bày tỏ nỗi lòng
Thành tâm sám hối. (o)

Hỡi các thai nhi
Xin hiểu thấu cho
Nước mắt lưng tròng
Thành tâm sám hối.

Cùng là thân thịt
Đau đớn vô cùng
Cắt xẻ từng phần
Chân tay thân thể. (o)

Oan uổng tái tê
Hoặc uống thuốc độc
Cắt đứt mạng sống
Hoặc cho ngạt thở.

Sặc nước uổng vong
Bao nhiêu hình thức

Vô tâm thất đức
Tội ác tày đình. (o)

Cúi mình sám hối
Xin hãy thứ tha
Cha mẹ vô minh
Hữu tình tham đắm
Làm nên tội ác.

Giờ này tha thiết
Đối trước thai nhi
Thành tâm sám hối
Biết rằng tội lỗi
Chẳng dễ thứ tha. (o)

Nay nương Phật đà
Xin các vong nhi
Thấu hiểu tấm lòng
Cùng theo Phật dạy.

Nhận phước cúng dường
Cứu các vong nhi
Thoát chỗ khổ đau

Quy y Tam Bảo
Phát tâm Bồ Đề
Cầu tu thành Phật. (o)

Từ nay trở đi
Nguyện kết thiện duyên
Làm đệ tử Phật
Kiếp này kiếp khác.

Bỏ ác làm lành
Hiền thiện với nhau
Nương tựa Tam Bảo
Cầu vô thượng đạo. (o)
Nam mô Cầu Sám Hối Bồ Tát ma-ha-tát.
(3 lần) (o)[6]

19. SÁM CẦU SIÊU

Trên bảo tọa khói hương nghi ngút
Tấm lòng thành chí thiết từ đây
Mây lành năm sắc phủ vây
Chở che nhân loại lắm thay oan hồn.

6 https://chuabavang.com/bai-2-cau-sieu-vong-linh-thai-nhi-tai-nha-khong-ve-chua-lam-le-cau-sieu-duoc-d2478.html

Vẫn biết chữ "tử qui sanh ký"
Người trần ai ai dễ sống lâu
Nhân vì nghĩa nặng ân sâu
Thương tình đồng loại với nhau một giòng. (o)

Sanh bất hạnh nhằm đời mạt Pháp
Chịu trăm bề khốn khổ xiết bao
Sống thời vất vả lao đao
Chết không toàn thể thây giao tử thần.

Nay chúng con hết lòng cầu khẩn
Xin Phật từ cứu độ vong linh
Ngưỡng nhờ chư Phật cao minh
Xót thương nhân loại phù sinh vô thường. (o)

Hễ có sinh là có bi thương
Kiếp luân hồi lắm nẻo tai ương
Hữu hình hữu hoại, vô thường
Có không không có là phường phù du.

Dầu tài sắc trăm năm cũng thế
Kiếp phù sinh há dễ sống lâu
Oan hồn trôi nổi đâu đâu

Ráng nghe kinh kệ ngõ hầu siêu thăng. (o)

Xin kíp đến qui y Tam Bảo
Nước nhành dương rửa sạch lòng trần
Gội nhuần Phật Đức thâm ân
Bao nhiêu tội chướng cũng lần tiêu tan.

Nay hết lúc hồn vương ảo ảnh
Kíp trở về thắng cảnh Tây Phương
Oan hồn nương khói hương thơm
Tiêu diêu Cực Lạc sớm hôm an nhàn. (ooo)

20. GIẢI OÁN KẾT

Giải kết, giải kết, giải oan kết
Nghiệp chướng bao đời đều giải hết
Rửa sạch lòng trần, phát tâm thành kính
Đối trước Phật đài, cầu xin giải kết. (o)
Dược Sư Phật, Dược Sư Phật
Tiêu Tai Diên Thọ Dược Sư Phật. (o)
Tùy Tâm Mãn Nguyện Dược Sư Phật. (o)
Nam Mô Tiêu Tai Diên Thọ Dược Sư Phật.
(3 lần) (o)

21. TÁN LỄ

Tán lễ Tây Phương
Cực Lạc thanh lương
Sen vàng chín phẩm ngát hương
Cây báu bảy hàng.

Nhạc trời reo vang A Di Đà Phật
Phóng ánh hào quang
Hóa Đạo chúng sanh vô lượng
Đến bờ giải thoát yên vui.

Hiện tiền đệ tử xưng dương
Cầu sanh An Dưỡng
Hiện tiền đại chúng tán dương
Đồng sanh An Dưỡng. (o)

22. KHUYẾN TU

Ngày nay lại đã qua rồi
Mạng căn huyết mạch lần hồi khô khan
Dường như cá cạn ở ao
Khổ thêm nào có chút nào vui đâu.

Cần tu cứu lửa cháy đầu

Đừng cho sái buổi như chầu đế vương
Biết thân mỏng mảnh không thường
Sớm còn tối mất lo phương cứu mình. (o)

23. HỒI HƯỚNG

Cầu Siêu công đức, hạnh nhiệm mầu
Thắng phước bao nhiêu con nguyện cầu
Tất cả chúng sanh trong pháp giới
Hướng về Phật Pháp tỏ đạo mầu.

Nguyện cho ba chướng tiêu tan
Phiền não dứt sạch, huệ căn sáng ngời
Cầu cho con được đời đời
Hành Bồ Tát Đạo, cứu đời lầm than.

Nguyện sanh Tây Phương,
cõi Lạc Bang Cha mẹ,
sen vàng chín phẩm sanh
Hoa nở, thấy Phật, quả viên thành
Các vị Bồ Tát bạn lành với ta. (o)

24. PHỤC NGUYỆN

Nam Mô U Minh Giáo Chủ, Cứu Khổ Bổn Tôn, Cứu Bạt Minh Đồ, Đại Nguyện Địa Tạng Vương Bồ Tát tác đại chứng minh.

Nam mô Tam Bảo chứng minh oai thần hộ niệm, Bồ tát, Long thiên, Phạm vương Đế thích và bốn Thiên vương Thiên long bát bộ, Hộ pháp Thần vương, Diện Nhiên Đại Sĩ cùng tất cả thiện thần thùy từ ủng hộ.

Hôm nay chúng con là... (Tỳ Kheo Ni...., Sadini...) **cùng với các gia quyến thai nhi và quý Phật tử chùa Hương Sen, Perris, California, một dạ chí thành thiết lễ cúng Cầu Siêu chư vong linh thai nhi, chúng con phúng tụng kinh** (Kinh Thương Yêu, Nhân Quả Thiện Ác, Đọa Thai, Ngạ Quỷ Báo Ứng, Trường Thọ và Đoản Thọ), **cúng ngọ, cúng linh, cùng niệm Phật công đức.** (o)

Nguyện đem công đức trong khóa lễ này, cùng công đức khác mà gia đình thân quyến đã phát tâm tạo lập để hồi hướng cầu siêu cho thai nhi... (tên, pháp danh, tuổi), **cùng cầu siêu cho các hương linh ký tự tại Chùa Hương Sen, tất cả oan hồn yểu tử mười hai loại cô hồn, cửu huyền thất tổ quá vãng nhiều đời nhiều kiếp của chúng con, nguyện cho chư vị được tăng phước, tăng tuệ, nương tựa Tam Bảo tu hành, sớm giác ngộ giải thoát.** (o)

Sau cùng, nguyện chúng con cùng tất cả chúng sanh đều sớm trọn thành Phật đạo.

Đại chúng đồng niệm: Nam Mô A Di Đà Phật. (o)

25. KÍNH LỄ BỐN ÂN, BA CÕI

(Đại chúng đứng lên)

Bao nhiêu tất cả nhân sư tử

Mười phương ba đời cùng các cõi

Con đem thân miệng ý thanh tịnh

Lạy khắp tất cả không còn dư. (o)

Nhất tâm đảnh lễ, đệ tử chúng con đại vì bốn ân ba cõi chí thành đảnh lễ:

Nam Mô Quá Khứ Trang Nghiêm Kiếp Thiên Phật. (o) (1 lạy)

Nhất tâm đảnh lễ, đệ tử chúng con đại vì bốn ân ba cõi chí thành đảnh lễ:

Nam Mô Hiện Tại Hiền Kiếp Thiên Phật. (o) (1 lạy)

Nhất tâm đảnh lễ, đệ tử chúng con đại vì bốn ân ba cõi chí thành đảnh lễ:

Nam Mô Vị Lai Tinh Tú Kiếp Thiên Phật. (o) (1 lạy)

26. TAM QUY

Con nương theo Phật, cầu cho chúng sanh Tin chắc Đạo cả, phát lòng vô thượng. (o) (1 lạy)

Con nương theo Pháp, cầu cho chúng sanh Thấu rõ kinh tạng, trí huệ như biển. (o) (1 lạy)

Con nương theo Tăng, cầu cho chúng sanh Kính tín hòa hợp, tất cả không ngại. (ooo) (1 lạy)

Nguyện đem công đức này
Hướng về khắp tất cả
Đệ tử và chúng sanh
Đều trọn thành Phật đạo. (ooo)

27. BÀI KỆ CHƯ THIÊN

Trời, A-tu-la, Dạ xoa thảy
Đến nghe pháp đó nên chí tâm
Ủng hộ Phật pháp khiến thường còn
Mỗi vị siêng tu lời Phật dạy.
Bao nhiêu người nghe đến chốn này
Hoặc trên đất liền hoặc hư không
Thường với người đời sanh lòng từ
Ngày đêm tự mình nương pháp ở.
Nguyện các thế giới thường an ổn
Phước trí vô biên lợi quần sanh
Bao nhiêu tội chướng thảy tiêu trừ

Xa lìa các khổ về viên tịch.

Hằng dùng giới hương xoa vóc sáng

Thường trì định phục để giúp thân

Hoa mầu bồ đề khắp trang nghiêm

Tùy theo chỗ ở thường an lạc. (o)

Nam mô Tam Châu Cảm Ứng

Hộ Pháp Vi Đà Tôn Thiên Bồ Tát Ma Ha Tát.

(3 lần) (o)

NAM MÔ ĐỊA TẠNG VƯƠNG BỒ TÁT

TỦ SÁCH BẢO ANH LẠC

do Ni Sư Tiến Sĩ TN Giới Hương biên soạn

1.1. SÁCH TIẾNG VIỆT

1. *Bồ-tát và Tánh Không Trong Kinh Tạng Pali và Đại Thừa.*
2. *Ban Mai Xứ Ấn -Tuyển tập các Tiểu Luận Phật Giáo* (3 tập).
3. *Vườn Nai – Chiếc Nôi.*
4. *Quy Y Tam Bảo và Năm Giới.*
5. *Vòng Luân Hồi.*
6. *Hoa Tuyết Milwaukee.*
7. *Luân Hồi trong Lăng Kính Lăng Nghiêm.*
8. *Nghi Thức Hộ Niệm, Cầu Siêu.*
9. *Quan Âm Quảng Trần.*
10. *Nữ Tu và Tù Nhân Hoa Kỳ.*
11. *Nếp Sống Tỉnh Thức của Đức Đạt Lai Lạt Ma Thứ XIV.*
12. *A-Hàm: Mưa pháp chuyển hóa phiền não*, 2 tập.
13. *Góp Từng Hạt Nắng Perris.*
14. *Pháp Ngữ của Kinh Kim Cang.*
15. *Tập Thơ Nhạc Nắng Lăng Nghiêm.*

16. *Nét Bút Bên Song Cửa.*
17. *Máy Nghe MP3 Hương Sen* (Hương Sen Digital Mp3 Radio Speaker): Các Bài Giảng, Sách, Bài viết và Thơ Nhạc của Thích Nữ Giới Hương (383/201 bài).
18. *DVD Giới Thiệu về Chùa Hương Sen.*
19. *Ni Giới Việt Nam Hoằng Pháp tại Hoa Kỳ.*
20. *Tuyển Tập 40 Năm Tu Học & Hoằng Pháp của Ni sư Giới Hương*, Thích Nữ Viên Quang, TN Viên Nhuận, TN Viên Tiến, and TN Viên Khuông.
21. *Tập Thơ Nhạc Lối Về Sen Nở.*
22. *Nghi Thức Công Phu Khuya – Thần Chú Thủ Lăng Nghiêm.*
23. *Nghi Thức Cầu An – Kinh Phổ Môn.*
24. *Nghi Thức Cầu An – Kinh Dược Sư.*
25. *Nghi Thức Sám Hối Hồng Danh.*
26. *Nghi Thức Công Phu Chiều – Mông Sơn Thí Thực.*
27. *Khóa Tịnh Độ – Kinh A Di Đà.*
28. *Nghi Thức Cúng Linh và Cầu Siêu.*
29. *Nghi Lễ Hàng Ngày - 50 Kinh Tụng và các Lễ Vía trong Năm.*
30. *Hương Đạo Trong Đời 2022* - Tuyển tập 60 Bài Thi trong Cuộc Thi Viết Văn Ứng Dụng Phật Pháp 2022.
31. *Hương Pháp 2022* (Tuyển Tập Các Bài Thi Trúng Giải Cuộc Thi Viết Văn Ứng Dụng Phật Pháp 2022).
32. *Giới Hương - Thơm Ngược Gió Ngàn*, Nguyên Hà.
33. *Pháp Ngữ Kinh Hoa Nghiêm* (2 tập).
34. *Tinh Hoa Kinh Hoa Nghiêm*. Thích Nữ Giới Hương.

NXB Hương Sen.

35. *Phật Giáo – Tầm Nhìn Lịch Sử Và Thực Hành*. Hiệu đính: Thích Hạnh Chánh và Thích Nữ Giới Hương.
36. *Nhật ký Hành Thiền Vipassana và Kinh Tứ Niệm Xứ.*
37. *Nghi cúng Giao Thừa.*
38. *Nghi cúng Rằm Tháng Giêng.*
39. *Nghi thức Lễ Phật Đản.*
40. *Nghi thức Vu Lan.*
41. *Lễ Vía Quan Âm.*
42. *Nghi cúng Thánh Tổ Kiều Đàm Di.*
43. *Nghi thức cúng Tổ và Giác linh Sư trưởng.*
44. *Nghi Lễ Chẩn Tế Mười Hai Loại Cô Hồn*
45. *Kỷ Yếu Lễ Tưởng Niệm Thánh Tổ Kiều Đàm Di tại Chùa Hương Sen năm 2024*
46. *Nghi Thức Cầu Siêu Chư Hương Linh Thai Nhi*
47. *Kim Quang Minh Kinh Sám Trai Thiên Khóa Nghi*
48. *Phật Giáo và Thánh Tích Sri Lanka*

1.2. SÁCH TIẾNG ANH

1. *Boddhisattva and Sunyata in the Early and Developed Buddhist Traditions.*
2. *Rebirth Views in the Śūraṅgama Sūtra.*
3. *Commentary of Avalokiteśvara Bodhisattva.*
4. *The Key Words in Vajracchedikā Sūtra.*
5. *Sārnātha-The Cradle of Buddhism in the Archeological View.*

6. *Take Refuge in the Three Gems and Keep the Five Precepts.*
7. *Cycle of Life.*
8. *Forty Years in the Dharma: A Life of Study and Service—Venerable Bhikkhuni Giới Hương.*
9. *Sharing the Dharma -Vietnamese Buddhist Nuns in the United States.*
10. *A Vietnamese Buddhist Nun and American Inmates.*
11. *Daily Monastic Chanting.*
12. *Weekly Buddhist Discourse Chanting.*
13. *Practice Meditation and Pure Land.*
14. *The Ceremony for Peace.*
15. *The Lunch Offering Ritual.*
16. *The Ritual Offering Food to Hungry Ghosts.*
17. *The Pureland Course of Amitabha Sutra.*
18. *The Medicine Buddha Sutra.*
19. *The New Year Ceremony.*
20. *The Great Parinirvana Ceremony.*
21. *The Buddha's Birthday Ceremony.*
22. *The Ullambana Festival (Parents' Day).*
23. *The Marriage Ceremony.*
24. *The Blessing Ceremony for The Deceased.*
25. *The Ceremony Praising Ancestral Masters.*
26. *The Enlightened Buddha Ceremony.*
27. *The Uposatha Ceremony (Reciting Precepts)*

28. *Buddhism: A Historical And Practical Vision.* Edited by Ven. Dr. Thich Hanh Chanh and Ven. Dr. Bhikṣuṇī TN Gioi Huong.
29. *Contribution of Buddhism For World Peace & Social Harmony.* Edited by Ven. Dr. Buddha Priya Mahathero and Ven. Dr. Bhikṣuṇī TN Gioi Huong.
30. *Global Spread of Buddhism with Special Reference to Sri Lanka.* Buddhist Studies Seminar in Kandy University. Edited by Prof. Ven. Medagama Nandawansa and Dr. Bhikṣuṇī TN Gioi Huong.
31. *Buddhism In Sri Lanka During The Period of 19th to 21st Centuries.* Buddhist Studies Seminar in Colombo. Edited by Prof. Ven. Medagama Nandawansa and Dr. Bhikṣuṇī TN Gioi Huong.
32. *Diary: Practicing Vipassana and the Four Foundations of Mindfulness Sutta.*

1.3. SÁCH SONG NGỮ (VIETNAMESE-ENGLISH)

1. *Bản Tin Hương Sen: Xuân, Phật Đản, Vu Lan (*Hương Sen Newsletter: Spring, Buddha Birthday and Vu Lan, annual/ Mỗi Năm).
2. *Danh Ngôn Nuôi Dưỡng Nhân Cách - Good Sentences Nurture a Good Manner.*
3. *Văn Hóa Đặc Sắc của Nước Nhật Bản-Exploring the Unique Culture of Japan.*
4. *Sống An Lạc dù Đời không Đẹp như Mơ - Live Peacefully though Life is not Beautiful as a Dream.*
5. *Hãy Nói Lời Yêu Thương-Words of Love and Understanding.*

6. *Văn Hóa Cổ Kim qua Hành Hương Chiêm Bái -The Ancient- Present Culture in Pilgrim.*
7. *Nghệ Thuật Biết Sống - Art of Living.*
8. *Dharamshala - Hành Hương Vùng Đất Thiêng, Ấn Độ, Dharamshala - Pilgrimage to the Sacred Land, India.*

1.4. SÁCH CHUYỂN NGỮ

1. *Xá Lợi Của Đức Phật* (Relics of the Buddha), Tham Weng Yew.
2. *Sen Nở Nơi Chốn Tử Tù* (Lotus in Prison), many authors.
3. *Chùa Việt Nam Hải Ngoại* (Overseas Vietnamese Buddhist Temples).
4. *Việt Nam Danh Lam Cổ Tự* (The Famous Ancient Buddhist Temples in Vietnam).
5. *Hương Sen, Thơ và Nhạc* – (Lotus Fragrance, Poem and Music).
6. *Phật Giáo-Một Bậc Đạo Sư, Nhiều Truyền Thống* (Buddhism: One Teacher – Many Traditions), Đức Đạt Lai Lạt Ma 14th & Ni Sư Thubten Chodren.
7. *Cách Chuẩn Bị Chết và Giúp Người Sắp Chết-Quan Điểm Phật Giáo* (Preparing for Death and Helping the Dying – A Buddhist Perspective)

2. ALBUMS NHẠC

Từ Thơ Thích Nữ Giới Hương

1. *Đào Xuân Lộng Ý Kinh* (The Buddha's Teachings Reflected in Cherry Flowers).

2. *Niềm Tin Tam Bảo* (Trust in the Three Gems).
3. *Trăng Tròn Nghìn Năm Đón Chờ Ai* (Who Is the Full Moon Waiting for for Over a Thousand Years?).
4. *Ánh Trăng Phật Pháp* (Moonlight of Dharma-Buddha).
5. *Bình Minh Tỉnh Thức* (Awakened Mind at the Dawn) (*Piano Variations for Meditation*).
6. *Tiếng Hát Già Lam* (Song from Temple).
7. *Cảnh Đẹp Chùa Xưa* (The Magnificent, Ancient Buddhist Temple).
8. *Karaoke Hoa Ưu Đàm Đã Nở* (An Udumbara Flower Is Blooming).
9. *Hương Sen Ca* (Hương Sen's Songs)
10. *Về Chùa Vui Tu* (Happily Go to Temple for Spiritual Practices)
11. *Gọi Nắng Xuân Về* (Call the Spring Sunlight).
12. *Đệ Tử Phật*. Thơ: Thích Nữ Giới Hương, Nhạc: Uy Thi Ca & Giác An, volume 4, năm 2023.

Mời xem: http://www.huongsentemple.com/index.php/ kinh-sach/tu-sach-bao-anh-lac

www.ingramcontent.com/pod-product-compliance
Lightning Source LLC
LaVergne TN
LVHW050757051026
849532LV00008B/2885